0

nul

số không

10

tien

mười

20

twintig

hai mươi

30

dertig

ba mươi

40

veertig

bốn mươi

50

vijftig

năm mươi

60

zestig

sáu mươi

70

zeventig

bảy mươi

80

tachtig

tám mươi

90

negentig

chín mươi

100

honderd

một trăm

1000

duizend

một ngàn

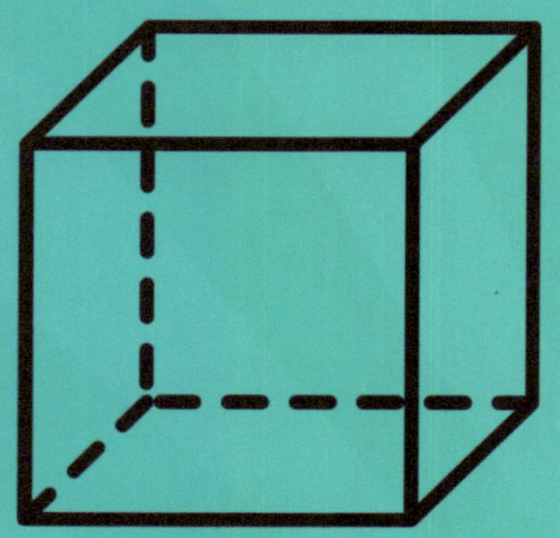

kubus

khối lập phương

blok

khối

ijsblokje

cục đá

karamel

caramen

suiker

đường

dobbelstenen

xúc xắc

geschenkdoos

hộp quà

kartonnen doos

hộp các tông

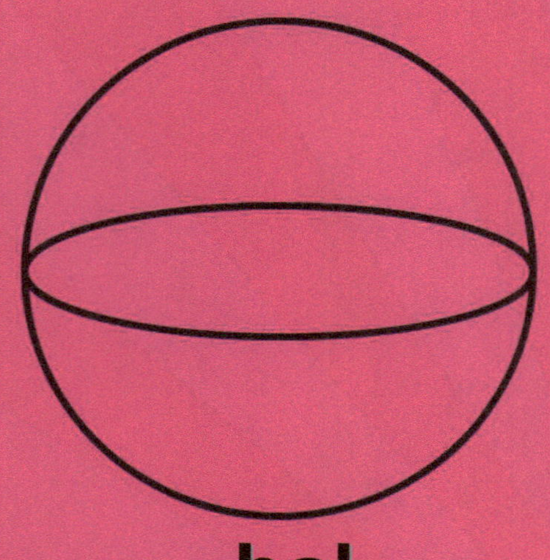

bol

hình cầu

ijsschep

viên kem

parel

ngọc trai

bubbel

bong bóng

knikkers

bi

planeet

hành tinh

sneeuwbal

quả cầu tuyết

tennisbal

bóng tennis

cilinder

hình trụ

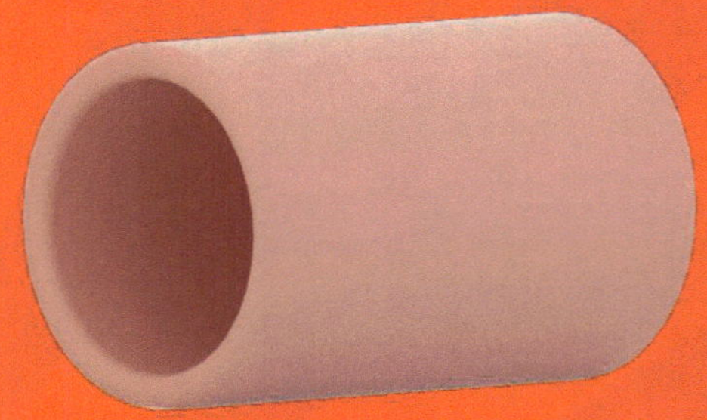

buis

ống

batterijen

pin

draadspoel

ống chỉ

kaneel

quế

deegroller

cây cán bột

worst

xúc xích

hooibaal

bó rơm lớn

kegel

nón

wegkegel

cọc tiêu chóp nón

ijshoorntje

kem ốc quế

heksenhoed

mũ phù thủy

kerker

tháp canh

spar

cây thông

feesthoed

mũ tiệc

slak

ốc sên

braambes

dâu đen

bes

lý chua

clementine

quýt

durian

sầu riêng

drakenfruit

thanh long

jackfruit

mít

stervrucht

khế

asperge

măng tây

rode boon

đậu đỏ

radijs

củ cải

raap

cây củ cải

cassave

sắn

yam

khoai lang

kikkererwten

đậu gà

adelaar

đại bàng

vleermuis

dơi

bever

hải ly

flamingo

hồng hạc

raaf

con quạ

merel

chim két

pimpelmees

sẻ ngô xanh

ekster

chim ác là

zwaluwvogel

chim én

leeuwerik

chim sơn ca

parkiet

vẹt đuôi dài

specht

chim gõ kiến

pauw

công

papegaai

vẹt

toekan

chim tu căng

ooievaar

cò

koraal

san hô

zeeanemoon

hải quỳ

zee-egel

nhím biển

zeepaardje

cá ngựa

clownvis

cá hề

goudvis

cá vàng

krab

cua

heremietkreeft

cua ẩn sĩ

dolfijn

cá heo

narwal

kỳ lân biển

octopus

bạch tuộc

inktvis

con mực

walvishaai

cá mập voi

orka

cá voi sát thủ

blauwe vinvis

cá voi xanh

witte dolfijn

cá voi trắng

hamerhaai

cá mập đầu búa

witte haai

cá mập trắng

citroenhaai

cá mập chanh

tijgerhaai

cá mập hổ

sprinkhaan

châu chấu

rups

sâu bướm

schorpioen

bọ cạp

hagedis

thằn lằn

dinosaurussen

khủng long

zwart haar

tóc đen

rood haar

tóc đỏ

bruin haar

tóc nâu

blond haar

tóc vàng

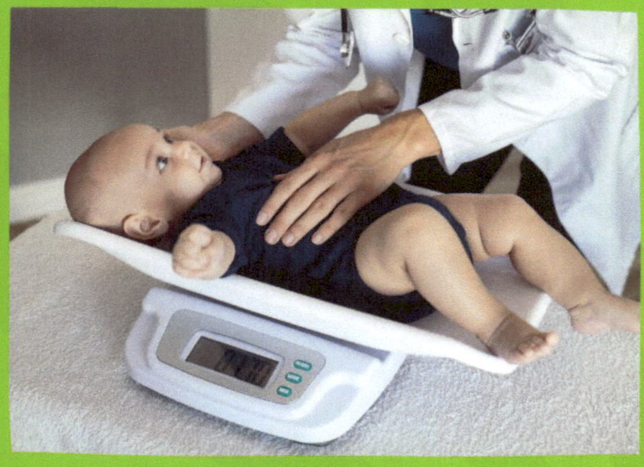

weegschaal

cân

ziekenhuis

bệnh viện

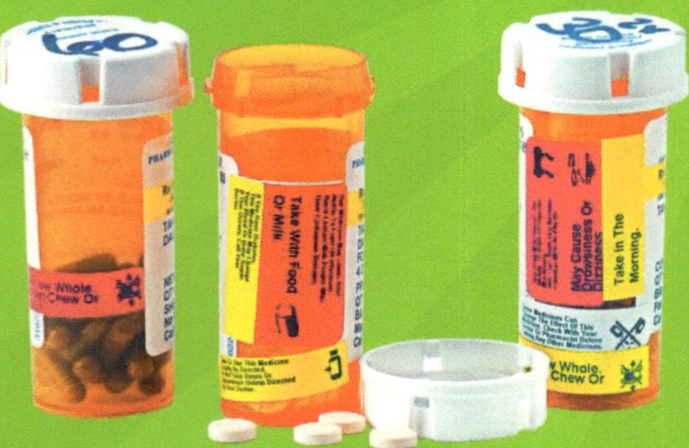

medicijn

thuốc

thermometer

nhiệt kế

verband

băng

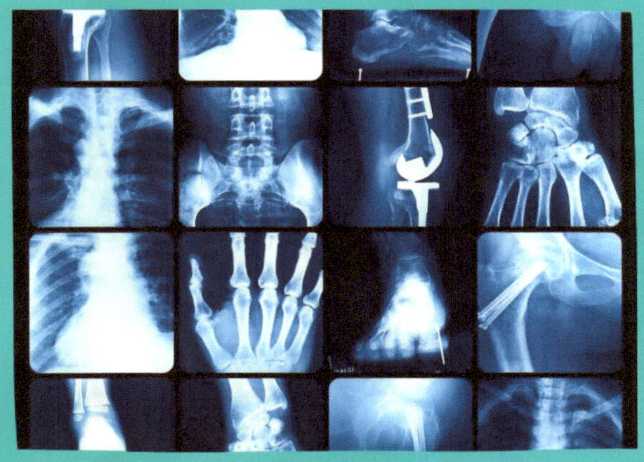

röntgenfoto

hình ảnh X-quang

dokter

bác sĩ

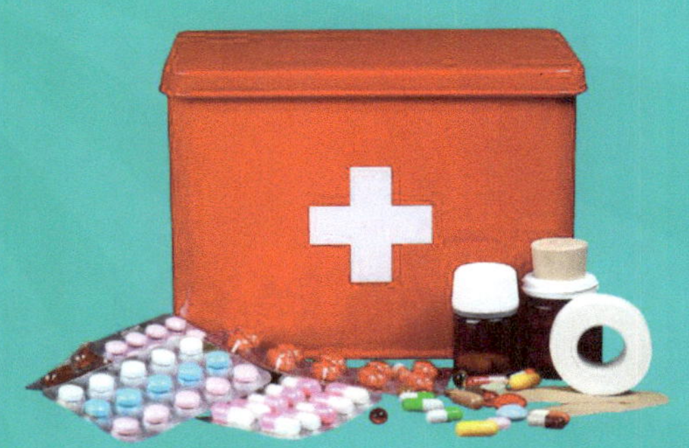

EHBO-kit

bộ sơ cứu

spelen

chơi

tekenen

vẽ

tellen

đếm

schrijven

viết

dansen

nhảy

zwemmen

bơi

skiën

trượt tuyết

basketbal

bóng rổ

tennis

quần vợt

tafeltennis

bóng bàn

voetbal

bóng đá

paardrijden

cưỡi ngựa

ijshockey

khúc côn cầu trên băng

judo

judo

boksen

quyền anh

hardlopen

chạy bộ

honkbal

bóng chày

cricket

cricket

rugby

bóng bầu dục

volleybal

bóng chuyền

maracas

maracas

tamboerijn

lục lạc

xylofoon

mộc cầm

viool

đàn vĩ cầm

piano

đàn piano

gitaar

đàn ghi ta

cello

đàn cello

harp

đàn hạc

trommel

trống

djembé

trống djembe

drumstel

bộ trống

trompet

kèn trumpet

hoorn

kèn cor

saxofoon

kèn saxophone

fluit

sáo

koptelefoon

tai nghe

zingen

hát

bladmuziek

bản nhạc

microfoon

micro